AF658670

INSIGHT PUBLICA®

INSIGHT PUBLICA®
Nadakkave, Kozhikode, Kerala
www.insightpublica.com
e-mail: insightpublica@gmail.com

Karayil Irunnu Puzhayil Kulikkumpol

(Poems)

A.V. Santhoshkumar

First Edition: March 2018
This Edition: October 2021

Copyright©Reserved
All rights reserved. No part of this publication may be reproduced, stored in a retrieval system, or transmitted, in any form, or by any means, electronic, mechanical, photocopying, recording or otherwise, without the prior permission of the publisher.

ISBN 978-93-87398-06-1
Printed and Published by
InsightinPublica Printers & Publishers Pvt Ltd.

കരയിലിരുന്ന്
പുഴയിൽ കുളിക്കുമ്പോൾ

എ.വി.സന്തോഷ് കുമാർ

വര
വിപിൻ. ടി. പാലോത്ത്

ഇംഗ്ലീഷ് പരിഭാഷ
ഗീത ജാനകി
സി.എം. രാജൻ

ഹിന്ദി പരിഭാഷ
ഡോ. സുമിത്ത് പി.വി.
അനിത. എം.വി.

കുറിപ്പുകൾ
ഇ.പി. രാജഗോപാലൻ
സി.എം. രാജൻ
ഡോ. രോഷ്നി സ്വപ്ന
രമ്യ സഞ്ജീവ്

INSIGHT PUBLICA®

1969 ൽ കാസർഗോഡ് ജില്ലയിലെ ഉദിനൂരിൽ ജനനം. അച്ഛൻ: കാടങ്കോട്ട് കോരൻ. അമ്മ: ഏ.വി പാർവ്വതി അമ്മ. ഉദിനൂർ സെൻട്രൽ ഏ.യു.പി. സ്കൂൾ, എം.ആർ.വി എച്ച്.എസ്. എസ് പടന്ന, പയ്യന്നൂർ കോളേജ് പയ്യന്നൂർ, ജി.ടി.ടി.ഐ തിരുവല്ല, ബി.എഡ് സെന്റർ കണ്ണൂർ എന്നിവിടങ്ങളിൽ ഔപചാരി കവിദ്യാഭ്യാസം. ഇംഗ്ലീഷ്, സോഷ്യോളജി ഇവയിൽ മാസ്റ്റർ ബിരുദം. ഇപ്പോൾ ഉദിനൂർ സെൻട്രൽ ഏ.യു.പി. സ്കൂൾ അദ്ധ്യാപകൻ. അമേരിക്കൻ ഗവൺമെന്റിന്റെ ഫുൾ ബ്രൈറ്റ് സ്കോളർഷിപ് നേടി അഞ്ചു മാസം അമേരിക്കയിൽ പര്യടനം നടത്തി.

കൃതികൾ: ബേക്കൽ, ജീവിതത്തിന്റെ ആൽക്കെമി (കഥാസമാഹാരങ്ങൾ) ന്യായത്തി, കാമമില്ലാക്കുന്നിലമ്മ (കവിതാസമാഹാരം), കടലിനപ്പുറത്തെ ക്ലാസ്സ്മുറികൾ (യാത്രാവിവരണം) പെൺഡ്രൈവ് (കവിതാസമാഹാരം) അക്ഷരക്കാഴ്ച അവാർഡ്, കൂട്ടെഴുത്ത് പുരസ്കാരം, തുളുനാട് പുരസ്കാരം, കെ.എസ്.ടി.എ സംസ്ഥാനസമ്മേളന പുരസ്കാരം എന്നിവ ലഭിച്ചിട്ടുണ്ട്.

ഭാര്യ: സി.കെ. സുജാത.
മക്കൾ: ജയകൃഷ്ണ, മാളവിക.

വിലാസം: 'സൗഭാഗ്യ', ഉദിനൂർ - 671310
ഫോൺ: 9496841565
E-mail: santhosh.udinur@gmail.com

ഏ.വി. സന്തോഷ്കുമാർ

Bathing in the River, While Sitting on the Shore

CM Rajan

Poems, especially when lengthy, I generally read not these days. When these verse-lets came to me, however, I read them and was happy that I read them. I loved them because they did not speak to me. Most of them immersed me in a kind of throbbing silence...and stillness. Sample this:

'Clang of kettles in the kitchen
Cacophony of conversation on the TV
Out there the moon showering still'

The sketch is graphic: a noisy homescape contra-punctuated by a still and silent skyscape. The grace of silence suddenly descending in the wake of an everyday noisy scene. Ethereal in impact. Mystic.

Most of these verses have that dramatic rhythm of the Japanese haikus. They start with a deceiving emotional rise and, then, suddenly fall steeply into a silence. As in a joke. Promising to take us in one direction and then takes a sudden turn to somewhere else. Dramatic. Again, sample this:

'Across the rail lines
Flees a child sans a parasol
Across the rain
Fast flash a train'

Speech here is a blend of rhythm and image.

What the original haikus always attempted was to capture a brief moment in time. Sculpting in Time (with due apologies to Andrei Tarkovsky).They present no thought but images which arrest us to stand in silence to contemplate. If the metrical properties of a haiku can be disregarded, these small verses can surely be called haikus. What they do mostly is the same as what haikus do. Like haikus, they are also simple, direct, and therefore, intense. At the end of the lines, we are transported into a sudden illumination, as we read the poem in one breath.

What further makes these poems charming is their utter unpretentiousness to any kind of profundity. They never force us into any flight of sublime thinking. As we read we do not think. We see. And listen. Reading turns into a feast of seeing and hearing. An aural and ocular fiesta.There are no declamations. No denunciations. No exhortations. Simple sights and sounds and, rarely, a little light hearted and waggish thoughts. Reading through we feel lightness, leisureliness, as if we are on a pleasant evening or morning ramble.

Speaking poems waste a lot of time. Thank god, these are showing poems-Verbal sketches. They invite you again and again to look at them and savor their turns and textures. The only limitation I found is that they are titled (though in some verses the titles do contribute to the verses.). And, that is a deviation from the traditional haikus! Another of my beef against Santhosh is his use of technical terminology like ‘Piscean’. It lends an undesirable pedantic touch in a poem. Also, straining at times to produce puns can put a reader off.

Prefixing his novel, “അധികാരം”, V. K.N. made a rare understatement: My novel is a note to Vaasevan (Artist Namboothiri)’s sketches (വാസേവന്റെ വരക്കുള്ള കുറിപ്പാണ് എൻറെ ഈ നോവൽ ബുക്ക്). The sketches of Vipin for these tiny texts may evoke a similar response. While the texts illustrate the images, the images underline the texts. The sketches in themselves are evocative. And, an invitation to calm contemplation. The tiny texts and the imposing sketches are a feast for the eyes, the ears and, of course, the sensitive mind.

I incidentally recall what Louis Nevelson, the celebrated American sculptor, once said: " Art is everywhere, only it has to go through a creative mind." Themes need not be lofty; the treatment need to be distinctive. She created art from the pedestrian. From the mundane the sublime. Santhosh's subjects are truly quotidian, to the extent of being banal, smacking of the everyday; but the juxtaposing of lines and the mode of treatment of the themes are in no way ordinary. And that keeps these snippets apart. Preternatural.

●

നീക്കം

ഇ.പി. രാജഗോപാലൻ

മൂന്നു ഭാഷകളിൽ വായിക്കുന്നത് ഒരേ കവിതയാണോ? ഈ ചോദ്യത്തിന് മുന്നിലാണ് ഇരിക്കുന്നത്. കവി മലയാളത്തിലും ഇംഗ്ലീഷിലും നല്ല പിടിപാടുള്ളയാളാണ് എന്നറിയാം. കവിത മൗലികമായി ഉണ്ടായത് ഇതിലേതു ഭാഷയിലാണ്? സാവേശം, മലയാളത്തിൽ എന്നു പറയാൻ തോന്നുന്നുണ്ടോ? ഞാൻ ആ കൂട്ടത്തിലല്ല. മലയാളകവിയിൽ കവിത വിരിയുന്നത് മലയാളത്തിൽ തന്നെയാവണമെന്നില്ല. തനിക്ക് പരിചയമുള്ള എല്ലാഭാഷകളും (അർദ്ധഭാഷകളും മൗനവുമടക്കം) ചേർന്നുള്ള ഒരു സാംസ്ക്കാരികഭാഷയുണ്ട്. അതാണ് കവിതയുടെ ഉറവിടം. 'എനിക്കറിയുന്ന ഏതു ഭാഷയും മലയാളമാണ്, എന്ന് കുഞ്ഞുണ്ണിമാഷ് പറയുന്നത് കേട്ടിട്ടുണ്ട്. തന്റെ ഏകഭാഷ മലയാളമാണ് എന്നല്ല പറഞ്ഞത്. പല ഭാഷകളിൽ നിന്ന് പലതും കൈയ്യേൽക്കാറുണ്ട്. അത് താൻ മലയാളത്തിൽ രസായനമായി സൂക്ഷിക്കുന്നു. തന്റെ സ്മൃതിയ്ക്കാണ് അദ്ദേഹം മലയാളം എന്ന് പേരിടുന്നത്. കവികൾ വിവർത്തനത്തിൽ ആകൃഷ്ടരാവുന്നത് എന്തുകൊണ്ടാവാം?. പല ഭാഷകളിൽ നിന്ന് ഉണ്ടായതാണ് കാവ്യം എന്നതുകൊണ്ടുതന്നെ. പഠിച്ചറിഞ്ഞ ഭാഷകൾ, അറിഞ്ഞു പഠിച്ച ഭാഷകൾ, അബോധമായി വന്നണഞ്ഞ ഭാഷാശകലങ്ങൾ, അമൂർത്തതകൾ കവിതയിൽ ഇതൊക്കെയുണ്ട്. കവിത എഴുതപ്പെട്ട ഒരു ഭാഷയിൽ നിന്ന് മറ്റു ഭാഷകളിലേക്ക് കൊണ്ടുപോയി പ്രകാശിപ്പിക്കാൻ കവിയ്ക്ക് കമ്പം തോന്നുന്നു. കവിത വിവർത്തനത്തിൽ വരുമ്പോഴും ഭാഷാപരമായ പലമയെ ഏതോനിലയിൽ ആവിഷ്കരിക്കും. വിവർത്തനം കട്ടുകൊണ്ടുപോകല്ല– ഒരു കവിതയിൽത്തന്നെ പല ഭാഷകളുണ്ട് എന്ന വസ്തുതയാണ് വിവർത്തനത്തെ ഏത് കവിതയുടെയും ന്യായമായ അവകാശമാക്കി മാറ്റുന്നത്. എ.വി സന്തോഷ്കുമാറിന്റെ ഈ സമാഹാരത്തിലെ ഏത് താളും ഈ സംസ്ക്കാര വിശേഷത്തിന് തെളിവായിനിൽക്കുന്നു. മലയാളത്തിൽ ഈ ഹാജർ നല്ല പുതുമയാണ്.

രണ്ട്

വിസ്മയം പോലെ ലഭിക്കും നിമിഷത്തിനർത്ഥം കൊടുത്ത് പൊലിപ്പിച്ചെടുക്കുന്നതാണ് കവിത എന്നുകൂടി കടമ്മനിട്ട രാമകൃഷ്ണൻ ഉദ്ദേശിച്ചുവോ? സന്തോഷ് കുമാറിന്റെ ഹൈക്കു വായിക്കുമ്പോൾ 'ശാന്ത'യിലെ ഈ (പ്രശസ്തമായ) വരി ചോദിക്കാതെ മനസ്സിലേക്ക്

വന്നു. മിന്നാമിനുങ്ങിനെ ഇടിമിന്നലിന്റെ വിത്തായി കാണുന്നു. അതിനാൽ ഇങ്ങനെ ഒരു ചിത്രമേയുള്ളു എന്ന് നിശ്ചയിക്കാൻ വരട്ടെ. വിത്ത് എന്ന വാക്കുണ്ടാക്കുന്ന ഒരു അട്ടിമറിയാണ് ഇതിനെ നല്ല കവിത യാക്കുന്നത്. മിന്നാമിനിങ്ങും ഇടിയും മിന്നലും ഉയരത്തിന്റെ മൂല കങ്ങളാണ്. വിത്താകട്ടെ മണ്ണിന്റെയും താഴ്ചയുടെയും പടർച്ചയു ടെയും വാക്കും. ഉയരത്തെ താഴ്ചകൊണ്ട് വർണ്ണിക്കുകയാണ് വിത്തു കൾ എന്ന ബഹുവചനംകൊണ്ട്. നെൽവിത്തിന്റെ സ്വർണ്ണ ശോഭ യുടെ വിദൂരസ്വാധീനം ഈ ചിത്രകല്പനയിലുണ്ട്. 'മുളച്ചുപൊന്തി' എന്ന വാക്കടക്കം ഉയരത്തെ താഴ്ചയാക്കിയതിന്റെ പ്രകടമായ തെളിവ്. മികച്ച നേട്ടമാണീ കവിത എന്ന് മാർക്കിടട്ടെ.

'ധ്വനി'യും ഇങ്ങനെയൊന്നാണ്. ഫോട്ടോഗ്രാഫ് നിശ്ചലമാണ്, ('ചിത്രം നിശ്ചലമാണ്' എന്ന് എം.പി. പോൾ തെറ്റിച്ചു പറഞ്ഞു) അതിൽ അനക്കമൊന്നുമില്ലല്ലോ എന്ന് പറയാം.

ഒരു ദൃശ്യത്തെ ആരും ഒറ്റക്കെടുത്തിട്ടല്ല കാണുന്നത്. കണ്ണ് സാംസ്കാ രിക സ്ഥാപനമാണ്. ഏത് ഇന്ദ്രിയത്തിന്റെ ധർമ്മത്തിലും മറ്റ് ഇന്ദ്രിയ ങ്ങളുടെയും മനസ്സിന്റെയും സ്വാധീനമുണ്ട്. ഒരു ഇന്ദ്രിയത്തിനും സ്വേച്ഛാധിപത്യാവകാശമില്ല. (നിശ്ചലമായ) ഫോട്ടോഗ്രാഫ് കാണു മ്പോൾ (അത് ചലനത്തിന്റെ ഛായയാണെങ്കിൽ) ചലനമായി കാണു കയും, ചലനത്തിന്റെ പലപല ദൃശ്യങ്ങളെക്കുറിച്ചും തത്സംബന്ധി യായ മറ്റ് ഇന്ദ്രിയാനുഭവങ്ങളെപ്പറ്റിയും കാഴ്ചക്കാരൻ സ്വന്തം നില യിൽ ഓർക്കുകയും ചെയ്യും. ഇത് സാംസ്ക്കാരികമായ വിവർത്തനമാ ണ്. സന്തോഷ്കുമാർ 'ധ്വനി'യിൽ നിശ്ചലതയെ അതിന്റെ എതിർവ ക്കായ ചലനം കൊണ്ട് വിവരിക്കുന്നു. (ഫോട്ടോഗ്രാഫിന്റെ) മൗനത്തെ ആരവം കൊണ്ട് പൂരിപ്പിക്കുന്നു. കാഴ്ചയുടെ സാംസ്ക്കാരികതയ്ക്ക് കിട്ടിയ നല്ല ചിത്രണമാണ് ഈ കവിത. ധ്വനി എന്ന പേര് തന്നെ രസകര മാണ്. ഒച്ചയില്ലാത്ത, ഭാഷയില്ലാത്ത ഫോട്ടോഗ്രാഫിനും മറ്റൊരു തലമുണ്ടെന്നും അതിനെ ധ്വനി എന്നു തന്നെ വിളിക്കാമെന്നും പറയു മ്പോൾ 'ധ്വനി' എന്ന ഇന്ത്യൻ കാവ്യതത്ത്വത്തിന്റെ പതാക ഉയരത്തിൽ കെട്ടുകയാണ്. (Pitching എന്നാണ് ഇംഗ്ലീഷിൽ. ധ്വനിയുടെ ധ്വനി കൾ Pitching ൽ ഇല്ല). ഇത് സന്തോഷ് കുമാറിന്റെ അടിസ്ഥാനവി ശ്വാസങ്ങളിൽ ഒന്നാണ്. വേറൊരു കവിതയിൽ നഗ്നമായി കാണാം.

''നിശ്ശബ്ദതയുടെ പടം /പിടിക്കാൻ തുനിഞ്ഞൊരാൾ/
ശബ്ദമുഖരിത നിശ്ചലചിത്രമായി/ തിരികെയെത്തുന്നു.''

ഇങ്ങനെ ഓരോ കവിതയേയും നോക്കിക്കാണാം. ഊർജ്ജദായക മായ വായനാനുഭവത്തിന് കവിതകൾ നൽകുന്ന സന്തോഷ് കുമാറിന് നന്ദി.

●

അത്ര ചെറുതല്ലാത്ത കാഴ്ചകൾ

ഡോ. രോഷ്നി സ്വപ്ന

ചെറുവരികളിൽ വിടർന്ന്, വലിയ വലിയ യാഥാർഥ്യങ്ങളുടെ വ്യാഖ്യാനങ്ങളുണ്ടാക്കുന്നുണ്ട് ഈ കവിതകൾ. ഒരു നിമിഷം കൊണ്ട് കൊള്ളിയാൻ പോലെ മിന്നിമറയുന്ന ജീവിതത്തിന്റെ സൂക്ഷ്മ സ്പർശങ്ങളാണവ. പെട്ടെന്നു മുളച്ചു പൊന്തുന്ന ഇടിമിന്നലിന്റെ വിത്തുകളാണീ കവിതകൾ. പ്രകൃതിയും ജീവിതവും തീവ്രയാഥാർഥ്യങ്ങളും കൈകോർത്ത്, അവ തലയുയർത്തി നിൽക്കുന്നു. അവയിൽ ചിലത് വെളിച്ചമാകുന്നു. മറ്റു ചിലത് വെളിച്ചത്തെ പ്രതിഫലിപ്പിക്കുന്നു.

നോട്ടങ്ങൾ തമ്മിൽ കൊള്ളാതിരിക്കാൻ ഏറെ ശ്രമിക്കുമ്പോഴും പരസ്പരം ഏറ്റുമുട്ടുന്ന നോട്ടങ്ങളിൽത്തട്ടി തടഞ്ഞു വീഴുന്നു വാക്കുകൾ പലപ്പോഴും. അനുഭവങ്ങളെ വിശദശാംശങ്ങളിലൂടെയല്ല ഈ കവി അവതരിപ്പിക്കുന്നത്. മറിച്ച്, കൃത്യമായ, സൂക്ഷ്മമായ നോട്ടങ്ങളിലൂടെയാണ്. അതുകൊണ്ടു അത്ര ചെറുതല്ല ഈ കാഴ്ചകൾ, കവിതകൾ എന്ന് ഉറപ്പിച്ചു പറയാം.

പൊതുവെ, ചെറിയ വരികളിൽ നിന്ന് വളരെപെട്ടെന്ന് അനുഭാവാവിഷ്കാരം ഒലിച്ചു പോകാനുള്ള സാധ്യത കൂടുതലാണ്. പക്ഷെ, സന്തോഷ്കുമാറിന്റ കവിതയിൽ ഒലിച്ചു പോക്കില്ല. ആഴങ്ങളിൽച്ചെന്ന് കനക്കലേയുള്ളൂ. അതിൽ ഫോട്ടോക്കു പിന്നിൽ നിശ്ശബ്ദമായ ആരവങ്ങളുണ്ട്. കൊത്തിയ കത്തിയിൽ നിന്ന് ഇറ്റുവീഴുന്ന ചോരത്തുള്ളി വരയ്ക്കുന്ന രക്തനക്ഷത്രപാതകളുടെ ചിത്രങ്ങളുണ്ട്. മഴ ഭേദിച്ച് പറക്കുന്ന ഒരു തീവണ്ടിയുണ്ട്.

കവിതയുടെ കാലത്തിലൂടെ കുതിച്ചോടുമ്പോഴും മുന്നിൽ, മകളെയിരുത്തിയാണ് തന്റെ സൈക്കിൾ ഓടുന്നത് എന്ന കരുതൽ ഈ കവിതകളെ കൂടുതൽ സൂക്ഷ്മവും തീവ്രവുമാക്കുന്നു.

ബോധപൂർവ്വമായ പരീക്ഷണങ്ങളായല്ല, പല ബിംബങ്ങളും

ഈ കവിതകളിലേക്കെത്തുന്നത്. നിരന്തര അന്വേഷണത്തിന്റെയും, യാത്രയുടെയും നിരീക്ഷണത്തിന്റെയും നിലപാടുതറയിൽ നിന്നാണ് വാക്കുകൾ പിറക്കുന്നത്.

'ഇടിമിന്നലിന്റെ വിത്ത്' 'ഷട്ടർസ്പീഡ്' 'ശബ്ദമുഖരിത നിശ്ചല ചിത്രം' 'പാത്രക്കലമ്പലടുക്കള' നിലാപ്പെയ്ത്തു നിശ്ചലം' തുടങ്ങിയ ബിംബങ്ങൾ കവിതയിലേക്ക് താനേ പിറക്കുകയാണ്. ഏറ്റവും അടുപ്പമുള്ള, തൊട്ടറിയാൻ കഴിയുന്ന അനുഭവങ്ങളെ മാത്രമേ സന്തോഷ് ആവിഷ്ക്കരിക്കുന്നുള്ളൂ എന്നതാണ് ഈ കവിതകളുടെ സത്യസന്ധത. അവയിൽ സ്വപ്നങ്ങളും സ്വപ്ന നിരാസങ്ങളും നാമെല്ലാമനുഭവിക്കുന്ന രാഷ്ട്രീയ അരാജകത്വവും ഒക്കെയുണ്ട്.

തീയാളും പോലെ, പാറിപ്പിടിക്കുന്നുണ്ട് ഇവയിൽ ചില വരികൾ. ഏറ്റവും വൈയക്തികമായി നീറ്റുന്നു ചിലവ. അതു മല്ലെങ്കിൽ ശ്ലഥബിംബങ്ങളെ ചേർത്തുവക്കുമ്പോഴുണ്ടാകുന്ന ഒരു സൗന്ദര്യത്തെ സൃഷ്ടിക്കുന്നുണ്ട് മറ്റു പല വരികൾ.

നിന്നസാന്നിധ്യത്തെ നെഞ്ചാം-
കുന്നിലിടുക്കി ഒടുക്കാശ്വാസം ഒറ്റവലിക്ക്
പിടിച്ചു നിർത്തി
ഒറ്റക്കുള്ള ഒരു കൂട്ടിരിപ്പാണ്-

ജീവിതം എന്നറിയാമെങ്കിലും തന്റെയുള്ളിൽ മാത്രമുള്ള കവിതയെന്ന സത്യത്തെ പിന്നരങ്ങിലെ ആരവങ്ങളിൽ നിന്ന് മോചിപ്പിക്കാൻ മാത്രം സ്ഥൈര്യമുണ്ട് ഈ വരികൾക്കെന്നുറപ്പ്

●

ഒടേതമ്പുരാന്റെ കണ്ണോട് കൂടിയവൻ ...

രമ്യ സഞ്ജീവ്

'കണ്ണു പോയിട്ടും കാണുന്നു കഴിഞ്ഞതെല്ലാം
ഈ ലോകത്തെ ഒഴിച്ച് നടക്കാൻ ഒരു വഴിയുമില്ലേ'

(ആറ്റൂർ, ലൗകികൻ)

ഒടേത്തമ്പുരാന്റെ കണ്ണോട് കൂടിയവൻ ആരോ അവനാണ്/അവളാണ് കവി. പാറക്കൂട്ടത്തിനിടയിലെ കുഞ്ഞൻ കല്ല്, ജിലേബി പൊതിഞ്ഞ് കൊണ്ട് വന്ന പേപ്പറിലെ അക്ഷരത്തെറ്റ്, നഖത്തിനിടയിലെ ചളി. ...ഒന്നും കാണാതെ പോവില്ല. വിട്ട് പോവില്ല. കണ്ണടച്ചാലും കാഴ്ച്ചകൾ കണ്ണ് തേടി വരും. കവികളുടെ നിയോഗമാണത്. മണങ്ങൾ മൂക്ക് തേടിയും ശബ്ദങ്ങൾ ചെവി തേടിയും വഴി തെറ്റാതെ എത്തും. കവിയായിരിക്കുകയെന്നാൽ അഞ്ച് ഇന്ദ്രിയവും അതിനുമപ്പുറമുള്ള ആറാമിന്ദ്രിയവും തുറന്നു വെയ്ക്കുകയെന്ന് തന്നെയാണ്.

"A writer should write with his eyes and a painter with his ears" എന്ന് പറഞ്ഞത് Gertrude Stein ആണ്. പലപ്പോഴും നടക്കുന്നത് ഇന്ദ്രിയങ്ങളുടെ ഒരു കൂടിക്കലരലാണ്. Unification of senses എന്ന് വേണമെങ്കിൽ അതിനെ വിളിക്കാവുന്നതാണ്. ഇങ്ങനെ ആവാഹിച്ചെടുക്കുന്നതിനെയൊക്കെ കുഴച്ചുരുട്ടി നല്ല പാകത്തിലുള്ള വാക്കാക്കുന്നു. ചിലപ്പോൾ ഇന്ന് തന്നെ അല്ലെങ്കിൽ നാളെ. സത്യത്തിൽ ''എഴുതാതിരിക്കാനെനിക്കാവതില്ലേ എന്ന് പാടുന്നവനാണ് കവി. അയാൾക്ക് ഒരു ദിവ്യപരിവേഷം കല്പിച്ച് കൊടുക്കേണ്ടതില്ല. ഒരു അസാധാരണത്വവും ചാർത്തി കൊടുക്കേണ്ടതില്ല. മുഷിപ്പിക്കുന്ന നൈരന്തര്യത്തിൽ നിന്ന് താളം കണ്ടെടുത്ത്'' ദാ ഇതൊക്കെ ഇങ്ങനെത്തന്നെയാണ് എന്ന് അയാൾ കോറിയിടുന്നു.

സന്തോഷ് കുമാർ എന്ന കവി തന്റെ കുറുങ്കവിതകളിലൂടെ ഇതൊക്കെ ഇങ്ങനൊക്കെ തന്നെയാണെന്ന് പറഞ്ഞ് വെയ്ക്കു

കയാണ്. പലതും ഇഴയകലാത്തവണ്ണം കൂട്ടിച്ചേർക്കുന്നു. ആന്തരലോകത്തെയും ബാഹ്യലോകത്തെയും പിണച്ച് കെട്ടുന്നു. കാഴ്ച്ചയെ, കേൾവിയെ സ്പർശത്തെ, മണങ്ങളെ രുചികളെയൊക്കെ കൂട്ടിക്കെട്ടുന്നു.

നിശബ്ദതയുടെ പടം പിടിക്കാൻ
തുനിഞ്ഞൊരാൾ
ശബ്ദമുഖരിത നിശ്ചലചിത്രമായി
തിരികെയെത്തുന്നു.

ശബ്ദമില്ലായ്മയും ശബ്ദം നിറഞ്ഞ ചലനമില്ലായ്മയും തമ്മിലുള്ള അന്തരം 'നിശബ്ദായമാനം' എന്ന കവിതയിൽ സന്തോഷ് വ്യക്തമാക്കുന്നുണ്ട്. ഉള്ളിലുള്ള ശബ്ദങ്ങൾ തമ്മിൽ ഏറ്റുമുട്ടുകയും ശബ്ദത്തിന്റെ ആവശ്യമേതുമില്ലാത്ത നിശ്ചല ചിത്രമെന്ന് ഒരാൾ മാറ്റിയെഴുതപ്പെടുകയും ചെയ്യുന്നു.

ഓട്ടം പിടിച്ചെടുത്ത
ലോങ്ങ് ഷോട്ട് ഫോട്ടോയിൽ
നിലയ്ക്കാതെ ധ്വനിക്കുന്നുണ്ട്
പിന്നരങ്ങിലെ ആരവം.

ഇവിടെയും ചലനവും ശബ്ദവും കൂട് മാറുന്നു. ഓട്ടക്കാരന്റെ വേഗത -അതിന്റെ ഏറ്റക്കുറച്ചിൽ -അതേ നമ്മൾ കാണുന്നുള്ളൂ. കാണാതെ പോവുന്നത് പിന്നരങ്ങിലെ ആരവങ്ങളാണ് ഓടി ഒന്നാമതെത്തുന്നവന്റെ പുറകിൽ ഒരു ഫ്രെയിമിലും പതിയാത്ത ഇത്തരം ആരവങ്ങളുണ്ട്.

തഴയപ്പെടുന്നതിനെക്കുറിച്ച്, പതിയപ്പെടാതെ പോവുന്നതിനെക്കുറിച്ച് എഴുതുന്നതിനോടൊപ്പം ആസ്വാദ്യകരമായ ചില ചിത്രങ്ങൾ സന്തോഷ് വരയ്ക്കുന്നുണ്ട്.

'നിറഞ്ഞ തോട്ടിൽ
തോണിയിറക്കുന്നു
തളിർമരച്ചില്ലകൾ' എന്നും
'തപിക്കും ഭൂമിയിലേക്ക്
മദിച്ച് വീഴുന്നു
മഴക്കാളകുട്ടന്മാർ'

എന്നും കവിതയെ റിയലിസ്റ്റിക്ക് മോഡിലേക്ക് കൊണ്ട് വരുന്നുണ്ട്.

പ്രണയം കുറഞ്ഞ വരികളിൽ ആവിഷ്കരിക്കപ്പെടുന്നത് മലയാളത്തിൽ ഇതാദ്യമല്ല.

ഒറ്റ വട്ടമേ
നിൻ ചിരി കൊണ്ടുള്ളൂ
എത്ര വട്ടം മരിച്ചിരിക്കുന്നു ഞാൻ

(മിന്നൽക്കൊടിയേ, വീരാൻകുട്ടി)

പ്രണയസങ്കീർണ്ണതകളെ സന്തോഷ് അനായാസം കവിതകളിലേക്ക് ആവാഹിക്കുന്നുണ്ട്. 'നിന്നുള്ളിലേക്ക് കൂപ്പു കുത്തി മുങ്ങിത്താഴുന്ന എന്നെയും', 'നിന്നസാന്നിധ്യത്തെ നെഞ്ചാംകുന്നിലിടുക്കി ഒറ്റയ്ക്കുള്ളീ കൂട്ടിരുപ്പിനെയും 'മനോഹരമായി വരച്ചിടുന്നു. മുങ്ങി താഴുന്നവന് പിന്നീടങ്ങോട്ട് ആ ഇടം നൽകുന്ന വിശേഷണങ്ങളാണ് ചേരുക. അവൻ അവനല്ലാതായി മാറുകയും മുങ്ങിതാഴ്ന്നവനായി അവശേഷിക്കുകയും ചെയ്യുന്നു. പ്രണയം എരിച്ചിലായും തിരച്ചിലായും പല വേഷങ്ങളിൽ വന്നെത്തിനോക്കുന്നു. കണ്ണാടിയ്ക്ക് വെളിപ്പെടുത്താനാവാത്ത പ്രണയിനിയുടെ ഭംഗിയെക്കുറിച്ച് എഴുതുന്നിടത്ത് നേരത്തെ സൂചിപ്പിച്ച ഉള്ളിലെ ഉലകങ്ങൾ കടന്നു വരുന്നു. നഗ്നനേത്രങ്ങൾ കൊണ്ട് കാണാനാവാത്ത കാഴ്ച്ചകൾ ചിതറുന്നു. കവിയും കവിതയും പ്രണയവും ഒന്നാവുന്നു.

●

विषय-वस्तु

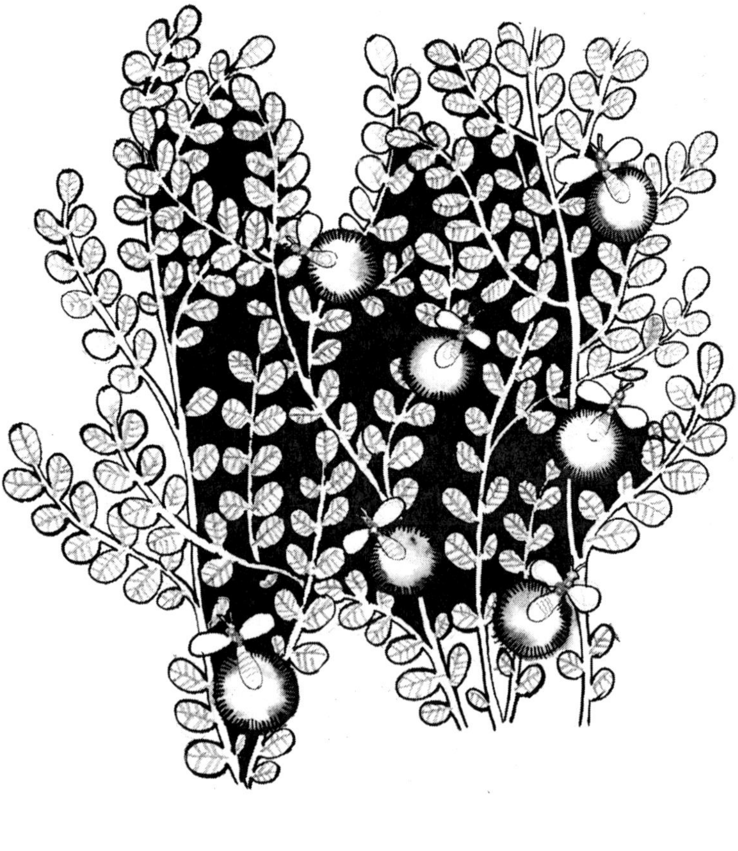

വിത

മുളച്ചുപൊന്തിപ്പറക്കുന്നൂ
ഇടിമിന്നലിൻവിത്തുകൾ
മിന്നാമിന്നികളായെങ്ങും

Sowing

Sprouts and rise the seeds
Of thunder and lightning
The fireflies

बोना

उगकर ऊपर उठ रहे हैं
चमकती बिजली के बीज
जुगनू की तरह

ധ്വനി

ലോങ്ങ്ഷോട്ടിൽ പിടിച്ചെടുത്ത
ഓട്ടത്തിൻ ഫോട്ടോയിൽ
നിലയ്ക്കാതെ ധ്വനിക്കുന്നു
പിന്നരങ്ങിലെയാരവം

Pitching

Uproar from the background
Reverberates incessantly
in the long shot photo of the race

ध्वनि

दौड़ को कैद करती लॉग-शॉट में
लगातार गूंज रहा है
पिछले परदे का कोलाहल

സ്ത്രീ-ധനം

ചികയുകയാണുമേലാകെ
ഷട്ടർ സ്പീഡിൽകൊരുക്കുവാൻ
വധുവിൻ സ്വർണ്ണമേലാപ്പി-
ന്നടിയിലുള്ളോരാഭയെ

O(VER)RNAMENTAL

Scans all over
To hook in the shutter speed
The beauty hidden
Under the ornaments
Of the bride groom

दहेज

शटर की तेज गति में कैद करने
पूरे जिस्म में खोजा जा रहा है
दुल्हन के आभूषणों के भीतर की आभा को

നിശബ്ദായമാനം

നിശബ്ദതയുടെ പടംപിടിക്കാൻ
തുനിഞ്ഞൊരാൾ
ശബ്ദമുഖരിത നിശ്ചലചിത്രമായി
തിരികെയെത്തുന്നു

Silent Mode

Tried to capture
The picture of silence
But returned
As a vociferous still photograph

आवाज़-बेआवाज़

चुप्पी को तस्वीर में कैद करने
निकला वह
शोरगुल वाला निश्चल चित्र
बनकर लौट आता है

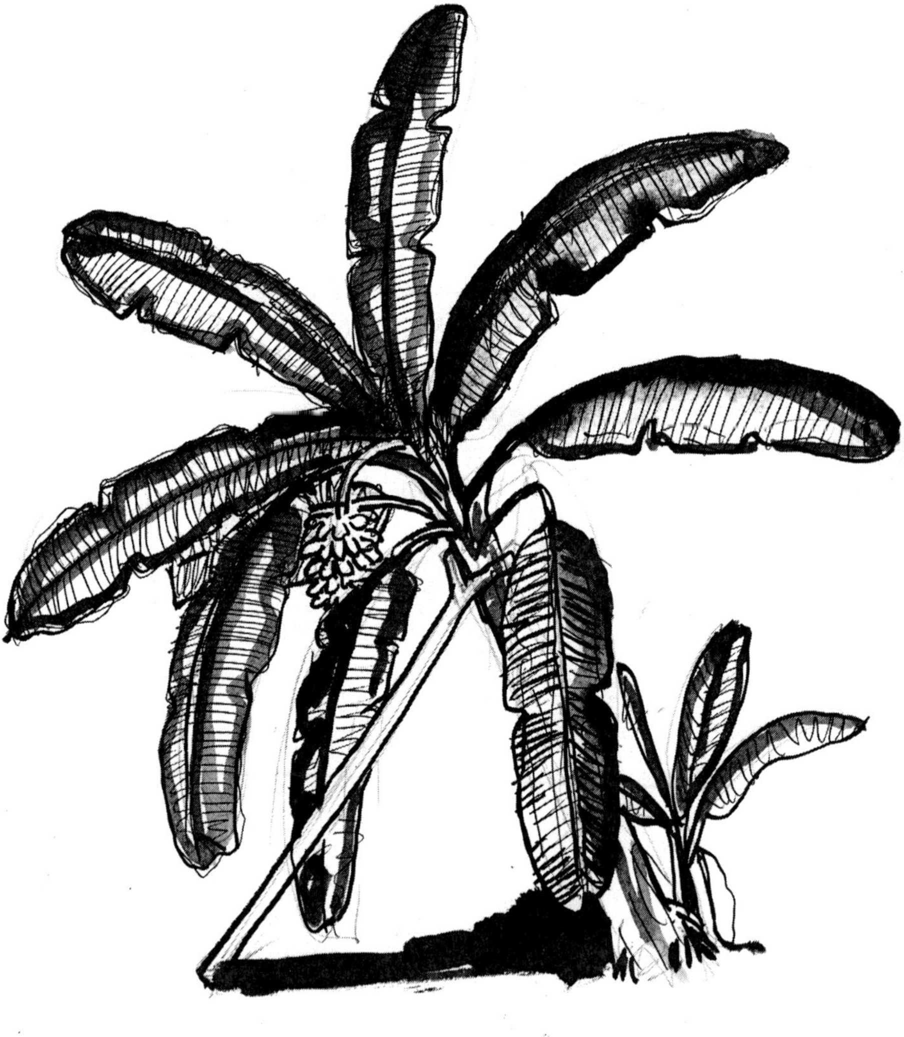

മഴവില്ലൻ

മഴവിൽച്ചിത്രം പിടിച്ചൊരാൾ
പനിച്ചുവിറച്ചു കിടക്കുന്നു
വില്ലുപോൽ വളഞ്ഞിട്ട്

The rainbow man

The man who shot
The picture of the rainbow
Lies bent as a bow
in fever bed

बारिश-खलनायक

इंद्रधनुष की तस्वीर खींचने वाला
बुखार से कांपते
धनुष बनकर टेढ़ा पड़ा है

ചിത്രംവര

കാറ്റ് തെങ്ങിൽ വരയ്ക്കുന്നു
ചാരുചിത്രം, കൂരയിൽ കീഴെ
തേങ്ങുവതാരുടെ ജീവിതം?

Art

The wind dexterously draws
A picture beautiful in the palm
Who weeps below, in the hut?

चित्र खींचना

हवा, नारियल पेड़ पर
सुंदर चित्र खींच रही है
नीचे झोंपड़ी में किसकी
जिन्दगी सिसक रही है?

മുനകൾ

മുഖംതിരിക്കുന്നു നോട്ടങ്ങൾ
തമ്മിൽ കൊള്ളാതിരിക്കുവാൻ
എങ്കിലും കൊള്ളുന്നുണ്ടവ-
യുള്ളിലോരോന്നും!

Spearheads

Turn faces
To ward off collision
Of spearheaded looks
But strike inwards

नोक

आपस में दृष्टियों की टक्कर न लगे
कि चेहरे मोड़ रहे हैं
मगर अंदर वह एक-एक कर चुभ रही है

നിലാമഴ

പാത്രക്കലമ്പലടുക്കള
വാർത്താക്കലമ്പൽ ടിവിയിൽ
പുറത്തുനിലാപെയ്ത്തുനിശ്ചലം!

Night rains

Clang of kettles in the kitchen
Cacophony of conversation on the TV
Out there the moon showering still

चांदनी रात की बरसात

रसोई में बर्तनों के बीच मतभेद
टीवी की खबरों में मतभेद
बाहर चांदनी का बरसना
बिल्कुल नि:स्तब्ध

തോരാമഴ

ശവഘോഷയാത്രയ്ക്ക്
കുടയും ചൂടിയെത്തുന്നൂ
ചിണുങ്ങിച്ചിണുങ്ങിയൊരു മഴ!

Rain incessant

With a parasol comes
Pitter Patter the rain
in accompaniment
To the funeral procession

न थमने वाली बारिश

मृत्यु यात्रा पर
छाता लगाकर शर्माती हुई
पहुंच रही है बारिश
बूंदा-बूंदी करती बारिश

വഴികൾ

കൊത്തിയ കത്തിയിൽനിന്നി-
റ്റുന്ന ചോരത്തുള്ളി വരയ്ക്കുന്നൂ
രക്തനക്ഷത്ര പാതകൾ

Paths

The dripping drops of blood
From the stabbed knife
Forms a bloody milky way

राहें

काट डालने पर
चाकू से गिरती खून की बूंदें
खींच रही हैं
राहें - रक्त नक्षत्रों की

കരിനാഗം

നാഗം നാവുപിളർത്തുംപോൽ
ഇരുതിരി വിളക്കുകൊളുത്തീട്ടി
രുട്ടിലലിഞ്ഞു, ഒരു പെൺകൊടി

The Black Serpent

Lighting a double wicked lamp
Like the split tongue of a serpent
The lass, becomes
One with the night

काला सांप

सांप की कटी जिह्वा-सी
दो बत्तियों का दीप जलाकर
अंधेरे में पिघल गयी एक लड़की।

ശിഷ്ടജന്മം

ആണിയടിച്ചുതറപ്പിച്ചു
പിതാവിൻ ചിത്രംഭിത്തിയിൽ
കുരിശുമലയിറങ്ങുന്നു

Rest Life

Nailing hard
The crucified to the wall
Descending Golgotha

बची जिन्दगी

जोर से कील लगाकर
दीवार पर पिता का चित्र
लगा दिया
क्रूस-पहाड़ी उतर रहा हूं

കാളപ്പോര്

തപിക്കും ഭൂമിയിലേക്ക്
മദിച്ചു വീഴുന്നു
മഴക്കാളക്കുട്ടന്മാർ

Bull fight

To the parched earth
Descends in jocund ecstsay
Bulls the Raindrops

बैल-युद्ध

दहकती पृथ्वी पर
उन्मत्त होकर
गिर रहे हैं बारिश रुपी बैल

പിടച്ചിൽ

നിന്നുള്ളിലേക്ക് കൂപ്പുകുത്തി
വീഴുമെന്നെ, യെന്നുള്ളിൽ
പിടഞ്ഞു വീണുമുങ്ങി
വീണ്ടെടുക്കായ്ക പൊന്നേ

Struggle

Why seek to retrieve me
My love, I struggle
I drown in you

बेचैनी

तुम्हारे भीतर
पहुंचने वाली मुझको
मेरे ही भीतर डुबकी लगाकर
वापस पाने की कोशिश न करो।

എരിച്ചിൽ

നിന്നസാന്നിധ്യത്തെ
നെഞ്ചാംകുന്നിലിടുക്കി
ഒടുക്കശ്വാസം ഒറ്റവലിക്ക്
പിടിച്ചുനിർത്തി
ഒറ്റയ്ക്കുള്ളീകൂട്ടിരിപ്പ്
മതി, യതുമതിയെന്നും

Passionate

Filling my heart
With your absence
Bridling the last breath
In a single pull,
This solitary company
Forever, enough

तीखापन

तुम्हारी अनुपस्थिति को
दिल की पहाड़ी पर रोक
अंतिम सांस को मैंने
एक ही घूंट में पकड़ रखी
अकेला होकर भी तुम्हारा साथ दिया
बस और बस।

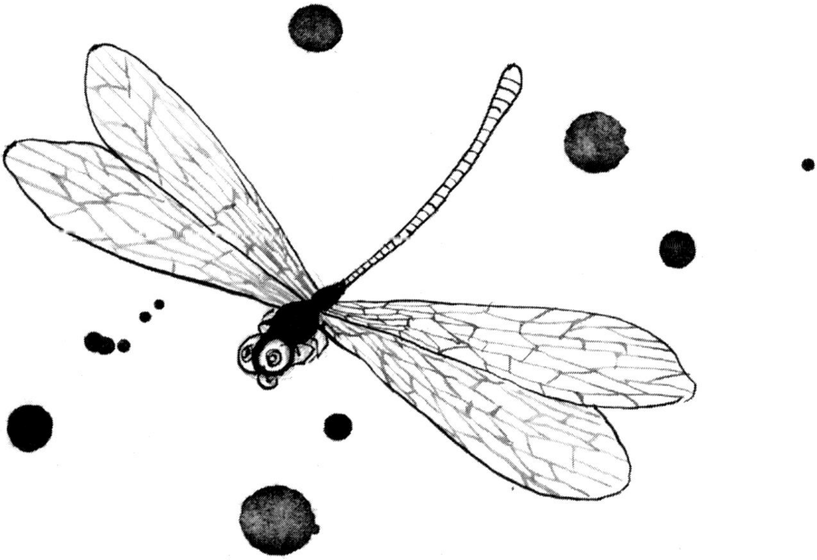

തിരച്ചിൽ

ഇവിടില്ലായ്മ
അവിടില്ലായ്മ
എവിടേയുമില്ലായ്മ
ഒന്നുമില്ലായ്മ
എന്നവല്ലായ്മ

The search

Not being here
Not being there
Not being anywhere
Not being anything
A shame thing!

खोज

इधर भी नहीं
उधर भी नहीं
कहीं भी नहीं
कुछ भी नहीं
नामक दुविधा

റെയിലോരം ഒരു വീട്

ഭൂകമ്പങ്ങളെ
പെറ്റിട്ട്പെറ്റിട്ട്
ഇളകിയാടുംവീട്
ഒരുതീവണ്ടി

By the railway track, a house

Spewing tremors
Over and over
Rickety house
A train

रेल किनारे का घर

भूकंपों को
पैदा कर, कर
हिलता हुआ घर
रेलगाड़ी

ഇലക്കാറ്റ്

നിറഞ്ഞതോട്ടിൽ
തോണിയിറക്കുന്നു
തളിർമരത്തിൻ ചില്ലകൾ

Fluttering Leaves

Boating merrily
Tender leaved boughs
In the flooded stream

हवा और पत्ते

पानी भरे झरने में
नाव चला रही है
किसलयों वाले पेड़ की टहनियां

ആകാശക്കണ്ണീർ

മഴയിൽവഴുതി
ഒരു പെൺകുട്ടി
രണ്ട് മഴവില്ലുകൾ

Tearful Sky

Frolicking in the rain
A lass
Twin rainbow!

आसमान के आंसू

बारिश में फिसलकर
एक लड़की
दो इंद्रधनुष

ചമയം

എന്റെയുള്ളിൽമാത്രമുള്ള
നിന്റെമാത്രംഭംഗിയെ
കണ്ണാടിക്കുള്ളിലുള്ളനിന്നിൽ
തിരയായ്ക പെണ്ണേ

Make Up

The only beauty that lies
Only in my soul
Seek not in the mirror
My love

साजसज्जा

मेरे ही भीतर रहती
तुम्हारी सुंदर छवि को
आइने में दिख रही तुझ में
न ढूंढो – प्रिया

പ്രണയിനി

നിന്റെ പിണക്കം
എന്റെ കവിത
അത് നിന്റെ കണ്ണിൽ
തുടിക്കുന്നു.

Sweet heart

Your strife
My poesy
Swims in your eyes

प्रेमिका

तुम्हारा रूढ़ना
मेरी कविता
वह तुम्हारी आंखों में
तैर रही है।

തീമഴ

കുടയില്ലാത്ത കുട്ടി
റെയിൽമുറിച്ചോടുന്നു
മഴഭേദിച്ചൊരുതീവണ്ടി
കുതിച്ചുപായുന്നു

Fire shower

Across the rail lines
Flees a child sans a parasol
Across the rain
Fast flash a train

आग बरसना

बिना छाते का बच्चा
पटरी पार कर दौड़ रहा है
बारिश को चीर कर एक रेलगाड़ी
आगे बढ़ रही है

നിലപാട്

ഏതോനിലയിൽനിന്ന്
ഒരുനിലവിളി
കഥയറ്റ് നിലംതൊടുന്നു

Stor(e)y

From an unknown storey
Falls a scream
Sans story

स्खव

अनजान मंजिल से
एक चिल्लाहट
बेसहारा होकर जमीन को
छू रही है

തകർച്ച

ചില മുറിവടയാളങ്ങൾ
മായുകില്ലേതു-
സ്കാർ ക്രീമിനാലും !

Damage

Some wound scars
Never fade
With any scar creams!

क्षति

किसी घाव के निशान
कोई स्कार क्रीम से
मिटा नहीं सकते

മാറ്റം

തീയാളുംപോലെ
പാളിപ്പിടിക്കേണ്ടത്
സ്വെറ്ററിട്ടിരിക്കുന്നു
കൂനിക്കൂടി.

Deterioration

To be flared
Sits huddled
Clad in wool.

बदलाव

खूब जलना तो चाहिए
मगर
रीढ़ को झुकाकर
गरम कपड़ा पहने
बैठा है।

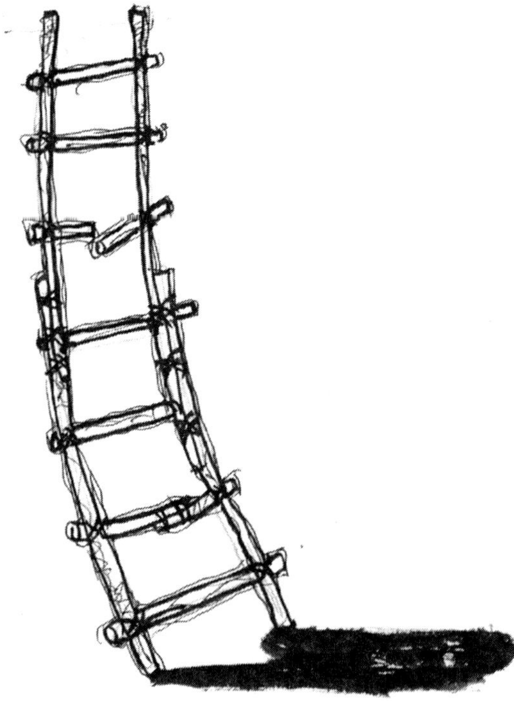

കയറ്റം

മുന്നിൽ മകളെയിരുത്തി
സൈക്കിളോടിക്കുന്നൊരാൾ
കയ്യിലൊരേണിയുമുണ്ട് !

Uphill

Baby in front
Ladder in hand
The Bicycle rider

चढ़ाई

आगे बेटी को बिठाकर
हाथ में सीढ़ी थामे
कोई साइकिल चला रहा है

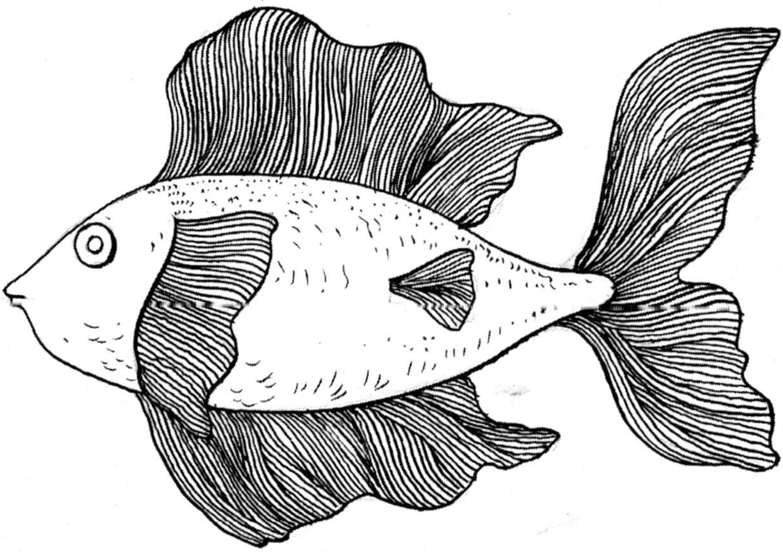

കുളി

പുഴക്കരയിലിരുന്നു കുളിക്കുമ്പോൾ
ഗുഹാമുഖങ്ങളിൽ വന്നുമുട്ടുന്നു
ഓർമ്മയുടെ മീനുകൾ

Bath

Sitting on the shore
Bathing in the river
Bouncing on cave faces
Piscean memories

स्नान

नदी तट पर स्नान करते समय
गुफा द्‍वारों पर आ टकराती हैं
यादों की मछलियां

നോട്ടം

മിഴികളടയ്ക്കായ്ക
അഥവായിനിയടയ്ക്കുമ്പോ-
ളടച്ചുവെക്കുകുള്ളിലെന്നെക്കൂടി

Look

Shut not your eyes
If ever
Shut me too in

नजर

आंखें बंद न करें
बन्द कर रही हो तो
बन्द करना मुझको
अंदर समेटकर

ചിറകുകൾ

അടർന്നഇതളിലെ
കണ്ണീർനനവ്
ഒരുപൂമ്പാറ്റ

Wings

Teardrop
On a fallen petal
A butterfly

पंख

पृथक पंखुडी के
आंसू का गीलापन
एक तितली

പുച്ഛം

കൊടുംചൂടിൽ ഉണങ്ങാൻ
പൊകുമൊരുമരമിതാ
മഞ്ഞച്ചിരിയുമായ്
വേനൽ മഴയിൽ

Sarcastic

To be dried up
In the scalding heat
Stands a tree
With a sheepish yellow smile
In the summer rain

निन्दा

तेज गर्मी में सूखने वाला पेड़ कोई
अब पीली मुस्कान के साथ
धूप के दिन की बारिश में

മുറിവുകൾ

കാലിൽ കുത്തി മറിയുന്നു
നോവിലുമ്മവച്ചു കുഞ്ഞുമീനുകൾ

Wounds

Poking on legs
In such a merriment
Baby fishes
Ah! Painful pleasure

घाव

पैरों से लगकर
उछल-कूद रही हैं
घाव को चूम कर छोटी मछलियां

കള്ളി

നിന്നിലേക്കുരുകി വീഴുമെന്നെ
തടയാതെ തുറന്ന വാതിൽ
ചൂണ്ടി കള്ളച്ചിരിയാൽ

Mischief

Hiding me in you
Threatening mischievously
Of the open door

चालाकी

पिघलकर तुम पर गिरने वाला
मुझको न रोक
खुले दरवाजे की ओर
इशारा कर
गूढ़ हंसी के साथ तुम

ഇറുകെ

അത്രമേലമർത്തിചുംബിക്കുകയാലാവാം
മറയ്ക്കുന്നുണ്ടുതുടുകവിൾ
പിടയ്ക്കും കൺപീലികൾ

Ardent

For, so ardently kissed
The blushed cheeks
Deftly hide
The quivering eyelids

प्रबलता

दबाकर चूमने से होगा
लाल-चिकने गाल
फड़फड़ाती पलकों को
छुपाता है

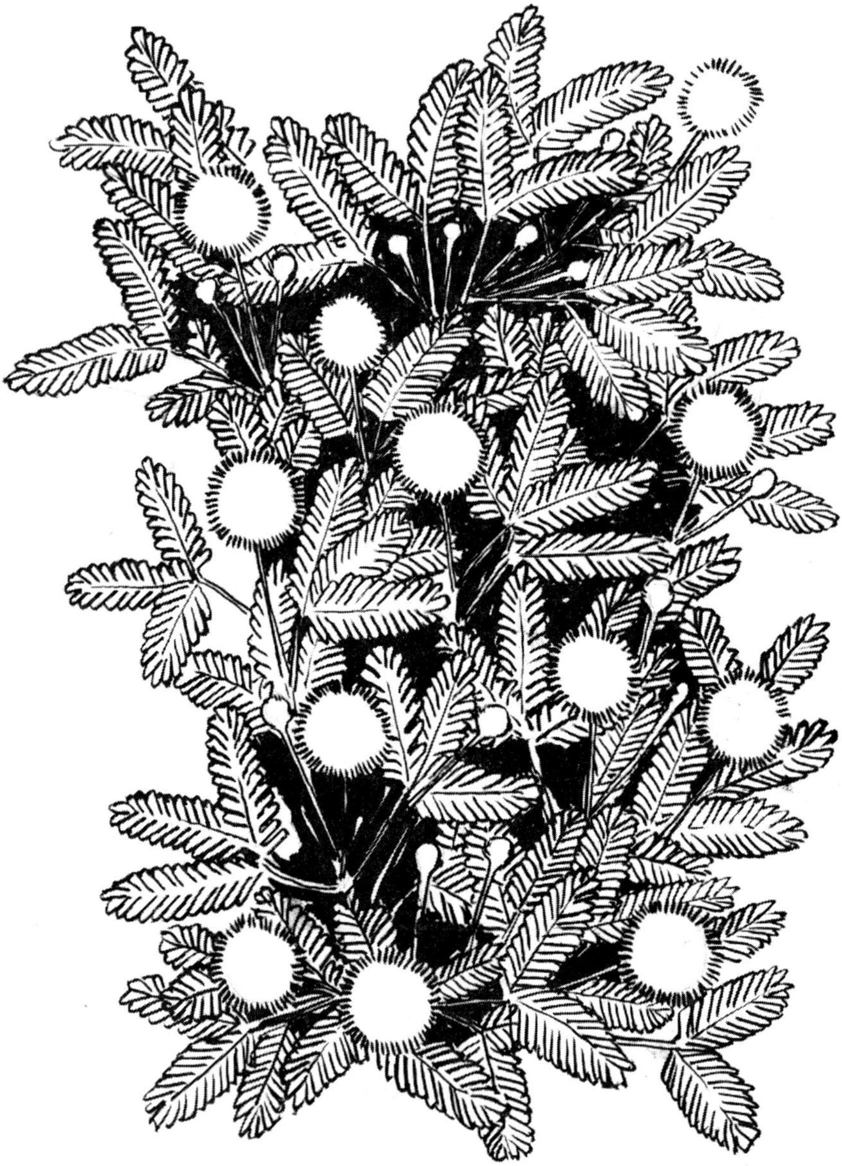

പൂവിറുക്കൽ

വേഗതയരച്ചുകളയാ
പാതയോരപ്പൂക്കളെ
തിരക്കൊഴിഞ്ഞുവേണം
നുള്ളിയെടുക്കാൻ

Gathering blooms

Saved from the speeding wheels
Wayside blooms
To be plucked
When speed subsides

फूल तोड़ना

तेज रफ्तार में रौंदे जाने से
बच गये सड़क किनारे के फूलों को
भीड़ के खत्म होने पर ही तोड़ना

ധൃതരാഷ്ട്രാലിംഗനം

അകത്തേക്ക് പ്രവേശനമി
ല്ലെന്നറിയിപ്പുബോർഡിനെ
യാപാദം പുഷ്പിച്ചു
പുതപ്പിക്കുന്നു വള്ളികൾ

Selfish Giant

Masking the 'No entry' board
From head to foot
The creepers bloom in profusion

धृतराष्ट्र - आलिंगन

सूचना बोर्ड के -अंदर आना मना है-को
लताओं ने सिर से पैर तक
फूलों से ओढ़ाया है

ആത്മഹത്യ

ഏറെ മുകളിലെത്തിയ
ചരടുപൊട്ടിയ പട്ടങ്ങൾ
മത്സരത്തിലില്ലതായി

Suicide

Snapped of cords
The kites high above
Are out of competition

आत्महत्या

आसमान की ऊंचाई पर
रस्सी टूटे पतंग
प्रतियोगिता से बाहर

ചുംബരം

മേഘങ്ങൾ ചുണ്ടുകൾ
കൊരുത്തോരാകാശത്തിനു-
ചുംബരമെന്നുവിളിപ്പേര്

Skiss

A sky
Of lip locked clouds
Skiss its nickname

चुंबरम

बादलों का आपस में होंठ मिलाने पर
आसमान का नाम चुंबरम

യാത്ര

മുന്നോട്ടായുന്തോറും
പിന്നിലേക്കുവലിക്കുന്നു
സന്ധ്യകൾ നിഴലുകൾ

Shady dusk

Pulls back
The forward tidings
The shady dusks

यात्रा

आगे बढ़ने पर हर बार
पीछे की ओर खींचती हैं
सांझ और परछाई

ഇസം

ഒരു നുള്ളു പ്രായോഗികത
കടം തരാമോ?
ഒരു കൂന പ്രത്യയ ശാസ്ത്രം
പകരം തരാം

Ism

Petty practicality
Pound Ideology

इज़्म

चुटकी भर व्यावहारिकता
उधार दोगे
ढेर सारी विचारधाराएं
वापस दूंगा